వేటగాడు మరియు పావురాలు

ఒకసారి, పావురాల మంద ఆహారం కోసం తన ఇంటి నుండి చాలా దూరంగా వెళ్లింది. మైళ్ల దూరం ఎగురుతూ అందరూ బాగా అలసిపోయారు. చివరగా, పావురం ఒకటి మర్రి చెట్టు క్రింద చెల్లా చెదురుగా ఉన్న బియ్యం చూసింది.

"నా స్నేహితులారా, రండి, "పావురం రాజు, మనం తిందాము." పావురాలన్నీ కలిసి బియ్యం తినడానికి మర్రిచెట్టు కిందకు దిగాయి. వారు బియ్యం తినడం ప్రారంభించినప్పుడు, వారిపై భారీ వల పడింది. వెంటనే, పావురాలన్నీ దాని కింద చిక్కుకున్నాయి. "మేము పట్టుబడ్డాము," రాజు, "మేము ఏమి చేయాలి?"

మరుసటి క్షణం, ఒక వేటగాడు తమ వైపుకు రావడం చూశారు. "వేటగాడు మనల్ని చంపే ముందు మనం వెంటనే ఏదైనా చేయాలి". అని పావురం రాజు చెప్పాడు.

పావురాలన్నీ చాలా భయపడిపోయాయి. పావురాల రాజు చాలా తెలివైనవాడు. అతను చల్లగా ఉన్నాడు. అతను చెప్పాడు. "నాకు ఒక ఆలోచన తోచింది. మనం కలిసి పనిచేయాలి. మనమందరం మనతో పాటు వల మోసుకెళ్లి పైకి ఎగురుతాము. గుర్తుంచుకోండి, మనమందరం ఐక్యంగా ఉండాలి."

ఒక్కో పావురం తన ముక్కుతో వల తీయసాగింది. మరియు కలిసి, వారి మిశ్రమ బలం సహాయంతో, వారు పైకి ఎగిరిపోయారు. కాబట్టి, వారు తమ వెంట వల తీసుకెళ్లారు. ఆకాశంలో వలతో పాటు పక్షులు ఎగురుతూ ఉండడం చూసి వేటగాడు ఆశ్చర్యపోయాడు. అతను వారి వెంట చాలా దూరం పరిగెత్తాడు కానీ వారిని పట్టుకోలేకపోయాడు.

అవి కొండలు మరియు లోయల మీదుగా ఎగిరిపోయాయి. వారు చివరకు దేవాలయాల నగరానికి సమీపంలో ఉన్న కొండకు చేరుకున్నారు. పావురం రాజు యొక్క పాత స్నేహితులలో ఒకరైన ఎలుక అక్కడ నివసించింది. పావురం రాజు, ఇక్కడ నివసించే ఎలుక నాకు మంచి స్నేహితుడు. అతను ఖచ్చితంగా మాకు సహాయం చేస్తాడు. “రాజు స్వరం వినగానే ఎలుక అతని రంధ్రం నుండి బయటకు వచ్చింది. పావురాలను మరియు వాటి రాజు వలలో చిక్కుకోవడం చూసి అతను షాక్ అయ్యాడు. పావురం రాజు ఎలుకను తన పళ్లతో నెట్ని కత్తిరించి వాటిని విడిపించమని కోరాడు.

ఎలుక వెంటనే తన పదునైన పళ్లతో నెట్ని కత్తిరించడం ప్రారంభించింది. కొద్దిసేపటికే పావురాలన్నీ ఒక్కొక్కటిగా విడిపించబడ్డాయి. వారు స్వేచ్ఛగా ఉన్నందుకు చాలా సంతోషించారు. వారు తమ ప్రాణాలను కాపాడినందుకు ఎలుకకు కృతజ్ఞతలు తెలిపారు మరియు కలిసి ఇంటికి తిరిగి వచ్చారు.

నీతి : మనం ఐక్యంగా ఉంటే ఎవరూ మనకు హాని చేయలేరు.

తాబేలు మరియు పెద్దబాతులు

ఒకానొకప్పుడు, ఒక అడవిలో ఒక పెద్ద చెరువులో ఒక తాబేలు నివసించేది, రెండు పెద్దబాతులు అతని స్నేహితులు. పెద్ద బాతులు చెరువు వద్దకు వచ్చేవి. ఈ ముగ్గురు స్నేహితులు కలిసి అడుకుంటూ ఎక్కువ సమయం గడిపేవారు.

ఒక నిర్దిష్ట సంవత్సరంలో దేశంలో కరువు వచ్చింది. చాలా కాలంగా వర్షం కురవలేదు, సరస్సులు, నదులు మరియు చెరువులన్నీ ఎండిపోవడం ప్రారంభించాయి. మనుషులు, జంతువులు, పక్షులు చనిపోతున్నాయి. కాబట్టి, పెద్దబాతులు మరొక ప్రదేశానికి వెళ్లాలని నిర్ణయించుకున్నారు. అది విన్న తాబేలు "మిత్రులారా, నన్ను విడిచిపెట్టవద్దు, దయచేసి నన్ను మీతో పాటు తీసుకెళ్లండి.' అని చెప్పింది. "అయితే మనం దీన్ని ఎలా చేయగలం? మీరు మాలాగా ఎగరలేరు" అని పెద్దబాతులు తాబేలుతో చెప్పాయి.

అయితే, ఒక ఆలోచన తర్వాత, ఒక పెద్దబాతు, "మనమందరం కర్ర సహాయంతో ఎగరవచ్చు" అని సూచించింది. "ఎలా?" తాబేలు ఆశ్చర్యంగా అడిగింది. పెద్దబాతులు బదులిచ్చాయి, "మేమిద్దరం కర్ర చివరలను మా ముక్కులతో పట్టుకుంటాము, మీరు మీ నోటితో కర్ర మధ్యలో పట్టుకోవాలి. అప్పుడు, మేము సురక్షితమైన ప్రదేశానికి నెమ్మదిగా ఎగురుతాము."

తాబేలుకు ఆ ఆలోచన వచ్చి పథకం ప్రకారం పనిచేయడానికి అంగీకరించింది. అయితే పెద్దబాతులు అతన్ని హెచ్చరించాయి, 'మేము గాలిలో ఉన్నప్పుడు ఒక్క మాట కూడా మాట్లాడటానికి ప్రయత్నించవద్దు, లేకుంటే మీరు మీ బ్యాలెన్స్ కోల్పోయి కింద పడతారు."

వారి పథకం ప్రకారం, పెద్దబాతులు బలమైన కర్రను తీసుకువచ్చాయి. కర్ర పట్టుకుని, పెద్దబాతులు ఆకాశంలో ఎగిరిపోయాయి. తాబేలు కర్రను దాని మధ్యలో నుండి నోటిలో పెట్టుకుంది. పొలాలు, కొండలు, లోయల మీదుగా ఎగిరిపోయాయి. చివరగా, ఒక పట్టణం మీదుగా ఎగిరాయి.

ఆకాశంలో కనిపించిన వింత దృశ్యాన్ని పట్టణ ప్రజలు గమనించారు. గాలిలో ఎగరడం వాళ్లు ఇంతకు ముందు చూడలేదు. వారు చేతులు చప్పట్లు కొట్టి, "చూడండి! ఎంత అద్భుతంగా ఉన్నాయో! ఆకాశంలో రెండు పక్షులు తాబేలును మోసుకెళ్తున్నాయి!

మనుషులు తనని అరవడం, ఎగతాళి చేయడం తాబేలుకు నచ్చలేదు. కోపాన్ని అదుపు చేసుకోలేక "ఈ మూర్ఖులు ఎందుకు ఇలా అరవాలి?" అన్నాడు. మాట్లాడేందుకు నోరు తెరిచేలోగా పట్టు కోల్పోయి కింద పడిపోయాడు. అతను నేలను తాకి చనిపోయాడు.

నీతి: మీరు మాట్లాడే ముందు చర్య తీసుకునే ముందు ఆలోచించండి

నమ్మకమైన ముంగిస

పూర్వం ఒక గ్రామంలో ఒక బ్రాహ్మణుడు తన భార్యతో కలిసి ఉండేవాడు. వారికి ఒక చిన్న కొడుకు ఉన్నాడు. వారు తనని చాలా ప్రేమించేవారు.

ఒకరోజు సాయంత్రం, బ్రాహ్మణుడు ఇంటికి తిరిగి వచ్చినప్పుడు, అతను తనతో ఒక చిన్న ముంగిసను తీసుకువచ్చాడు. చిన్న ముంగిస త్వరలో పెరిగి తమ కుమారుడికి పెంపుడు జంతువుగా మారుతుందని అతను తన భార్యతో చెప్పాడు.

కొడుకు మరియు ముంగిస రెండూ త్వరగా పెరిగాయి. క్రమేణా ఆ ముంగిసను తమ సొంత బిడ్డలా భావించి ప్రేమలో పడ్డారు దంపతులు. ఒకరోజు బ్రాహ్మణుడి భార్య బజారుకు వెళ్లాలనుకుంది. ఆమె తన కొడుక్కి తినిపించి తన చిన్న ఊయలలో పడుకోబెట్టింది. వెళ్లేముందు భర్తతో, “నేను బజారుకి వెళ్తున్నాను. బాబు నిద్రపోతున్నాడు. మీరు అతనిని కంటికి రెప్పలా చూసుకోవాలి. నా బిడ్డను ఈ ముంగినతో విడిచిపెట్టడం నాకు ఇష్టం లేదు" అని చెప్పింది.

'భయపడకు' అన్నాడు బ్రాహ్మణుడు, "మా పెంపుడు జంతువు మన బిడ్డలాగా ముద్దుగా, ప్రేమగా ఉంటుంది. ఆ బిడ్డను చూసుకుంటాడు." బ్రాహ్మణుని భార్య బజారుకు వెళ్లింది. బ్రాహ్మణుడు కూడా కాసేపు వాకింగ్కి బయలుదేరాడు. కొంత సమయం తరువాత, అతని భార్య కిరాణా సామాను బుట్టతో తిరిగి వచ్చింది. అతను తన కోసం ఎదురు చూస్తు, తలుపు వద్ద బయట కూర్చున్న ముంగిస ఆమెను చూసింది! ఆమెను చూడగానే పరిగెత్తుకెళ్లి స్వాగతం పలికాడు.

కానీ బ్రాహ్మణుడి భార్య రక్తంతో తడిసిన ముంగిన నోటిని చూసి ఆశ్చర్యపోయింది. "రక్తం" అని అరిచింది. "నా కొడుకును చంపావా!! మరో ఆలోచన లేకుండా, ఆమె ఒక బరువైన ట్రంక్ని తీసుకుంది. ఆమె దానిని ముంగిసపైకి విసిరింది.

ఆమె నేరుగా తన బిడ్డ గదిలోకి పరుగెత్తింది. తన ఊయలలో ఆ శిశువు గాఢనిద్రలో ఉన్నట్లు ఆమె గుర్తించింది. ఆమె భయానకంగా, ఊయలకి, దగ్గరగా, రక్తస్రావం మరియు చనిపోయి పడి ఉన్న ఒక నల్ల పామును చూసింది.

ఇప్పుడు ఏం జరిగిందో ఆమెకు అర్థమైంది. ముంగిస కోసం వెతుకుతూ గదిలోంచి బయటకు పరుగెత్తింది. అది చచ్చిపోయింది. పామును చంపి నా బిడ్డను కాపాడావు, అంటూ రోదించింది. ఆమె తన చర్యలకు జాలిపడింది కానీ చాలా ఆలస్యం అయింది. ఇంతలో బ్రాహ్మణుడు కూడా ఇంటికి వచ్చాడు. తలుపు బయట నిశ్చలంగా పడి ఉన్న ముంగిసను చూశాడు. తన భార్య అతనికి నిజం చెప్పింది. ఇద్దరికీ బాధగా అనిపించింది.

నీతి: తొందరపడి ఏ చర్య తీసుకోవద్దు.

నీలం నక్క

ఒకప్పుడు, ఒక నక్క ఆహారం కోసం తిరుగుతూ ఉంటుంది. కానీ తినడానికి ఏమీ దొరకలేదు. అలసటతో మరియు ఆకలితో అతను దారి తప్పి నగరంలోకి వెళ్లే వరకు నడిచాడు.

అకస్మాత్తుగా, అతనికి కొన్ని కుక్కలు మొరగడం వినిపించాయి. భయంతో భద్రత కోసం పరుగులు తీసాడు. అతను అద్దకం చేసే వ్యక్తికి చెందిన ఇంట్లోకి పరిగెత్తాడు. ఇంటి ప్రాంగణంలో నీలం రంగుతో నిండిన భారీ టబ్ ఉంది. నక్క అందులోకి దూకింది.

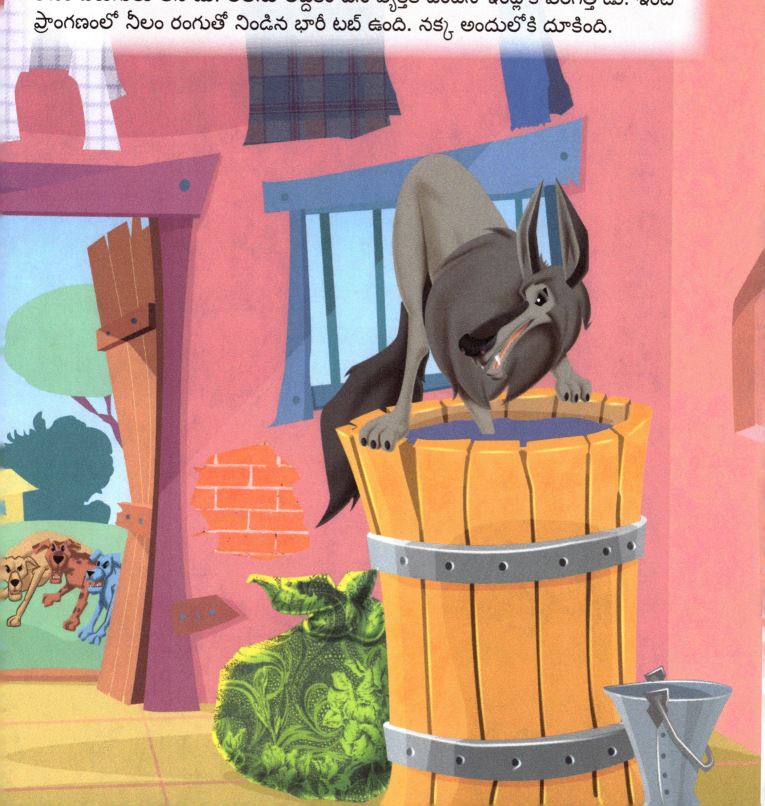

కుక్కలు వెళ్లిపోయాయని నిర్ధారించుకునే వరకు నక్క టబ్లో ను ఉండిపోయింది. టబ్లోంచి దూకేసరికి ఒళ్లంతా నీలంరంగులో ఉండడం చూసి ఆశ్చర్యపోయాడు. అతను చాలా భిన్నంగా చూస్తున్నాడు!

అతను త్వరగా అడవికి తిరిగి వెళ్లాడు. అతన్ని చూసిన జంతువులన్నీ భయంతో అతని నుండి పారిపోయాయి. నీలిరంగులో వింత జంతువును వారు ఇంతకు ముందు చూడలేదు. ఇదంతా చూస్తుంటే అతని మనసులో ఒక ఆలోచన మెదిలింది. జంతువులను ఉద్దేశించి నక్క, "మీరెందుకు భయపడుతున్నారు? తిరిగి వచ్చి నా మాట వినండి" అని చెప్పింది.

జంతువులన్నీ ఒక్కొక్కటిగా అతని దగ్గరికి వెళ్లాయి. నక్క, “భయపడకు, మీకు రాజుగా ఉండడానికి దేవుడు నన్ను ఇక్కడికి పంపాడు. నేను మిమ్మల్ని రక్షిస్తాను మరియు మిమ్మల్ని బాగా చూసుకుంటాను.”

జంతువలన్నీ ఆయనను నమ్మి తమ రాజుగా అంగీకరించాయి. నక్క సింహాన్ని తన మంత్రిగా, పులిని పరిచారకుడిగా మరియు తోడేలును తన కాపలాగా నియమించుకున్నాడు. ఆ రోజు నుండి, వారు తమ రాజుకు అన్ని రకాల రుచికరమైన ఆహారాన్ని పంపారు. నక్క చాలా సంతోషంగా జీవించింది.

ఒకరోజు, నక్క అన్ని జంతువులతో సమావేశం నిర్వహిస్తుండగా, అతనికి పెద్ద శబ్దం వినిపించింది. ఈ శబ్దం దూరం నుండి వస్తోంది. అది నక్కల గుంపు అరుపు. చాలా సేపటి తర్వాత నక్కల అరుపులు విని, నీలిమ నక్కకు చాలా సంతోషం కలిగింది మరియు అతని కళ్లలో ఆనందంతో కన్నీళ్లు వచ్చాయి. తను ఇప్పుడు రాజునన్న సంగతి మరిచిపోయాడు. అతను తన తల పైకెత్తి తన స్వరంతో కేకలు వేయడం ప్రారంభించాడు.

వెంటనే, తమ రాజు కేవలం నక్క అని జంతువులకు తెలిసింది. ఎప్పటి నుంచో వారిని మోసం చేస్తూనే ఉన్నాడు. దీంతో వాడికి గుణపాఠం చెప్పాలని నిర్ణయించుకున్నారు. అతన్ని జంతువులు పట్టుకుని చంపాయి.

నీతి: నువ్వు లేనివాడిగా ఉండటానికి ప్రయత్నించవద్దు. రెండవ పుస్తకం

బ్రాహ్మణుని బహుమతి

ఒకరోజు ఒక బ్రాహ్మణుడు మేకను బహుమతిగా పొందాడు. అతను దారిలో ముగ్గురు మోసగాళ్లు మేకను మోస్తున్న బ్రాహ్మణుడిని చాలా సంతోషించాడు. దాన్ని భుజాలపై వేసుకుని ఇంటికి బయలుదేరాడు. చూశారు. వాళ్లలో ఒకడు "అది మంచి లావు మేక" అన్నాడు. "అవును" అన్నాడు అవతలివాడు. "మనకు మంచి భోజనం అవుతుంది. ఎలాగోలా దాన్ని మన సొంతం చేసుకుందాం" అన్నాడు. "వినండి", మూడవవాడు, "నా దగ్గర ఒక ప్రణాళిక ఉంది". అతను తన ప్లాన్ ను స్నేహితుల చెవుల్లో గుసగుసగా చెప్పాడు. అందరూ నవ్వుతూ తమ ప్లాన్ని అమలు చేసేందుకు త్వరపడిపోయారు.

ఆ బ్రాహ్మణుడు రోడ్డు మీద నడుచుకుంటూ వెళుతుండగా, వారిలో ఒకడు అతని దగ్గరికి వచ్చి, "అయ్యా ఈ కుక్కను ఎందుకు భుజాల మీద ఎక్కించుకున్నావు? "బ్రాహ్మణుడు ఇలా చేయడం చూసి నేను ఆశ్చర్యపోయాను" అని అడిగాడు.

"కుక్క!" బ్రాహ్మణుడు కోపంతో, “ఇది మేక, నాకు బహుమతిగా వచ్చింది" అని అరిచాడు. ఆ మోసగాడు, "కోపం వద్దు సార్.. నేను చూసింది చెప్పాను. నన్ను క్షమించు" అని బదులిచ్చాడు. క్షమాపణ చెప్పిన తర్వాత మోసగాడు వెళ్లిపోయాడు.

రెండవ మోసగాడు పరుగున వచ్చి "అయ్యా, చచ్చిన దూడను ఎందుకు భుజాల మీద వేసుకుంటున్నావు? బ్రాహ్మణుడు చచ్చిన జంతువును మోయడం అవమానకరం కాదా?" అని బ్రాహ్మణుడు కొంచెం దూరం నడవలేదు.

"చనిపోయిన దూడ! నీకు పిచ్చి పట్టిందా?" బ్రాహ్మణుడు చిరాకు పడ్డాడు, "మీకు కనిపించలేదా? ఇది బతికి ఉన్న మేక, చనిపోయిన దూడ కాదు?" మోసగాడు, "అయ్యా, మీరు పొరబడ్డారు. ఇప్పటికీ, మీరు నమ్మకూడదనుకుంటే, నేను చెప్పేది ఏమీ లేదు. "అంటూ, అతను నవ్వుతూ వెళ్లిపోయాడు.

బ్రాహ్మణుడు అయోమయంలో ఉన్నాడు కానీ అతను తన మేకను సందేహాస్పదంగా చూస్తూ నడవడం కొనసాగించాడు. వెంటనే, అతను మూడవ మోసగాడిని కలుసుకున్నాడు. అతను బ్రాహ్మణుడిని చూసి నవ్వుతూ, "అయ్యా, మీలాంటి పండితుడు గాడిదను భుజాన వేసుకుని ఎందుకు వెళ్తున్నాడు? అందరూ మిమ్మల్ని ఎగతాళి చేస్తారు" అని అడిగాడు.

ఇప్పుడు బ్రాహ్మణుడు చాలా అయోమయంలో పడ్డాడు. అతను నిజంగా మేకను తీసుకువెళుతున్నాడా లేదా మరేదైనా జీవినా అని అనుమానించాడు. అది దురాత్మ కావచ్చునని అనుకున్నాడు. కుక్కగానో, దూడగానో, గాడిదగానో మారుతోందని అనుకున్నాడు. బహుశా, ఆ మనుషులు నిజమే, అతను తనలో తాను చెప్పుకున్నాడు.

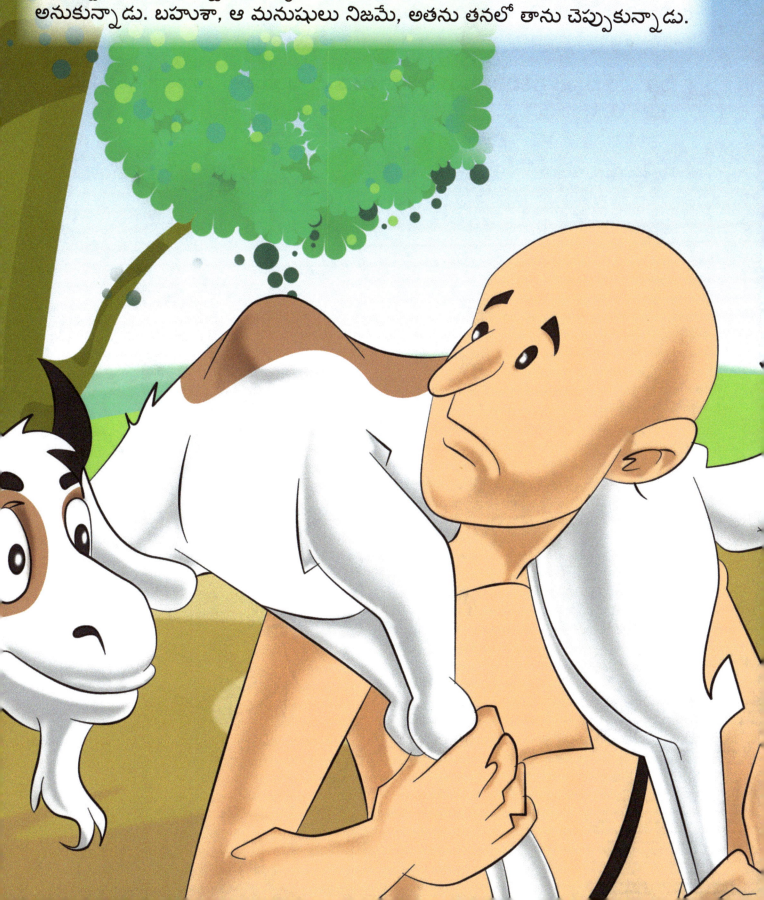

దుష్టశక్తికి భయపడి, వెంటనే మేకను భుజాల మీద నుండి విసిరివేసి, వీలైనంత వేగంగా ఇంటికి పరిగెత్తాడు. ముగ్గురు మోసగాళ్లు బ్రాహ్మణుడిని చూసి నవ్వారు. వారు సంతోషంగా ఉన్నారు; వారి ప్రణాళిక పని చేసింది. వారు మేకను తీసుకెళ్లారు. అనంతరం రుచికరమైన భోజనాన్ని ఆస్వాదించారు.

నీతి : మీ స్వంత తెలివితేటలను ఉపయోగించండి; ఇతరులకు దూరంగా ఉండకండి.

క్రేన్ మరియు తెలివైన పీత

ఒకప్పుడు, ఒక చెరువు పక్కన క్రేన్ ఉండేది. చెరువులో చేపలు పుష్కలంగా ఉన్నాయి మరియు క్రేన్ తినడానికి సరిపోతుంది. క్రేన్ పాతబడి బలహీనంగా ఉండటంతో, అతనికి చేపలు పట్టడం కష్టంగా మారింది. ఒక్కోసారి తిండి లేకుండా ఉండాల్సి వచ్చేది. ఆకలితో చచ్చిపోతానేమోనని భయపడ్డాడు. అతను ఒక ప్రణాళిక ఆలోచించాడు. ఒకరోజు దిగులుగా ముఖంతో చెరువు పక్కన నిలబడ్డాడు. చేపలను పట్టుకునే ప్రయత్నం కూడా చేయలేదు. ఒక పీత అతని దగ్గరకు వెళ్లి, “అంకుల్, మీరు ఎందుకు విచారంగా ఉన్నారు? మీరు చేపలు పట్టడానికి కూడా ప్రయత్నించడం లేదు?”

దానిని క్రేన్, "నా జీవితమంతా ఈ చెరువులోనే గడిపాను. కానీ ఇప్పుడు పరిస్థితి మారబోతోంది. కొంత మంది ఈ చెరువును మట్టితో నింపబోతున్నారు. దాని మీద పంటలు పండిస్తారు. కాబట్టి చెరువులో చేపలన్నీ త్వరలో చనిపోతాను, నేను ఆహారం లేకుండా ఉంటాను." ఈ విషాద వార్త విన్న చెరువులోని చేపలు, పీతలు, కప్పలు ఆందోళనకు గురయ్యాయి. వారంతా క్రేన్ని అడిగారు, ఇప్పుడు మనం ఏమి చేయాలి?

క్రేన్ "కొంచెం దూరంలో ఒక పెద్ద చెరువు ఉంది, అక్కడ మీరందరూ క్షేమంగా ఉంటారు. కావాలంటే నేను అక్కడికి తీసుకెళ్తాను" అని సూచించింది. తమకు సహాయం చేసేందుకు క్రేన్ అందించినందుకు వారంతా కృతజ్ఞతలు తెలిపారు. క్రేన్ ఒకేసారి కొన్ని చేపలను తీసుకోవడానికి అంగీకరించింది. తన మొదటి పర్యటనలో, అతను కొన్ని చేపలను తీసుకున్నాడు. అయితే వాటిని చెరువు వద్దకు తీసుకెళ్లకుండా సమీపంలోని కొండపైకి తీసుకెళ్లాడు. అతను వాటిని కొండపైకి విసిరాడు. కాబట్టి, వారు మరణించారు. అతను వాటిని తిన్నాడు. మళ్లీ, అతనికి ఆకలి అనిపించినప్పుడు, అతను రెండవ యాత్రకు వెళ్లాడు. ఈ విధంగా, అతను ఒక పెద్ద చెరువుకు చేపలను తీసుకెళ్తానని చెప్పి, వాటిని ఒక్కొక్కటిగా తినడం కొనసాగించాడు. త్వరలో, అతను ఆరోగ్యంగా మరియు బలంగా ఉన్నాడు.

ఇంకా చెరువులో ఉన్న పీత కూడా సురక్షిత ప్రాంతానికి వెళ్లాలనుకుంది. మరో చెరువు వద్దకు తీసుకెళ్లేందుకు క్రేన్ను అభ్యర్థించాడు. క్రేన్ చేపలు తింటూ విసిగి పోయింది. ఇప్పుడు వేరే ప్రయత్నం చేస్తే బాగుంటుందని అనుకున్నాడు. కాబట్టి, అతను తన తదుపరి పర్యటనలో పీతను తీసుకోవడానికి అంగీకరించాడు. క్రేన్ అతన్ని ఎత్తుకుని ఎగిరిపోవడంతో పీత సంతోషించింది. కాసేపయ్యాక పీత "మామయ్య, పెద్ద చెరువు ఎక్కడ ఉంది?"

"హా, హా", నవ్వింది క్రేన్. "మీకు ఆ కొండ శిఖరం కనిపించలేదా? అదే స్థలం, మనం ఎక్కడికి వెళ్తున్నాం." పీత కిందకి చూసేసరికి అక్కడ పడి ఉన్న చేపల ఎముకల కుప్పల కనిపించాయి. తెలివిగల పీత ఒక్కసారిగా చెడ్డ క్రేన్ గేమ్ ప్లాన్ అర్థం చేసుకుంది. చల్లదనాన్ని కోల్పోకుండా, తన పదునైన గోళ్లను క్రేన్ మెడ చుట్టూ బిగించాడు.

క్రేన్ పీత పట్టు నుండి విడిపించుకోవడానికి చాలా కష్టపడింది. కానీ అతను అలా చేయలేకపోయాడు. కొద్దిసేపటికే క్రేన్ ఊపిరి పీల్చుకుంది. నేలపై పడి చనిపోయాడు.

నీతి : అత్యాశ మంచిది కాదు.

సోమరి స్వాప్నికుడు

పూర్వం ఒక చిన్న గ్రామంలో ఒక పేద బ్రాహ్మణుడు ఉండేవాడు. అతను నేర్చుకున్నాడు కానీ రోజంతా ఏమీ చేయలేదు. అతను జీవనోపాధి కోసం అడుక్కోవలసి వచ్చింది. ఒకరోజు భిక్ష కోసం ఇంటింటికి వెళ్లాడు. ఒక ఉదారమైన స్త్రీ బ్రాహ్మణుడికి ఒక కుండ నిండా ఇచ్చింది పిండి. అతను చాలా సంతోషించాడు.

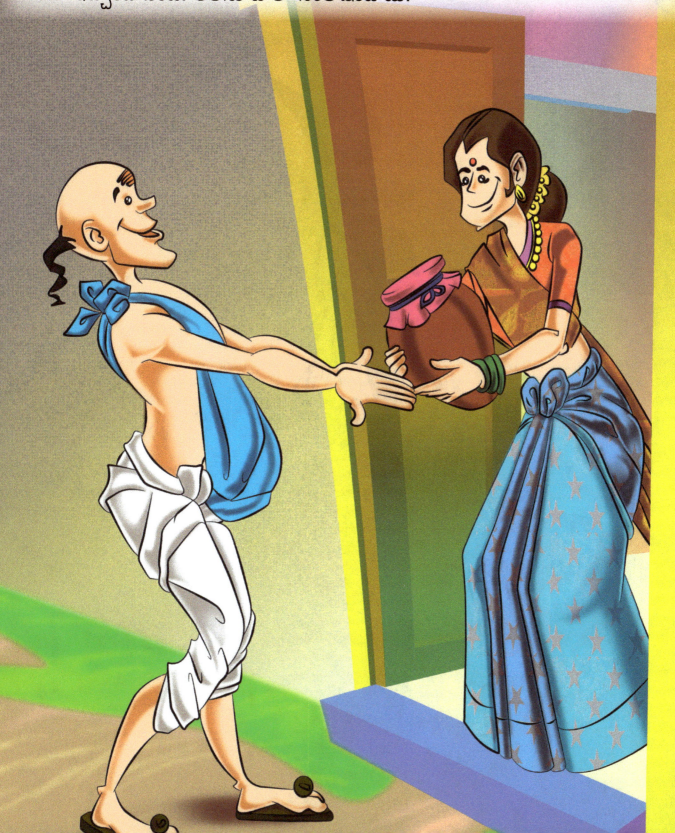

ఆ కుండను ఇంటికి తీసుకెళ్లి తన మంచం దగ్గర వేలాడదీశాడు. "ఇప్పుడు, ఎలుకల నుండి సురక్షితంగా ఉంటుంది," అతను తన మంచం మీద పడుకున్నప్పుడు తనలో తాను చెప్పాడు. "ఈ పిండిని కరువు వచ్చేంత వరకు కాపాడుతాను. అప్పుడు, నేను చాలా ఎక్కువ ధరకు అమ్ముతాను" అని అతను ఆలోచించడం ప్రారంభించాడు. అతను కలలు కంటూనే ఉన్నాడు, "ఆ డబ్బుతో, నేను ఒక జత మేకలను కొంటాను. చిన్నగా ఉండే మేకలు కొంటాను. త్వరలో అవి పెరుగుతాయి. నేను వారి పాలు అమ్ముతాను, ఆ విధంగా, నేను మరింత డబ్బు సంపాదిస్తాను. అప్పుడు, నేను ఒక ఆవు మరియు ఎద్దును కొంటాను. అతి త్వరలో, నేను ఆవుల మందను కలిగి ఉంటాను. వారి పాలు నాకు మరింత డబ్బు తెచ్చిపెడతాయి. అప్పుడు నేను చాలా ధనవంతుడిని అవుతాను."

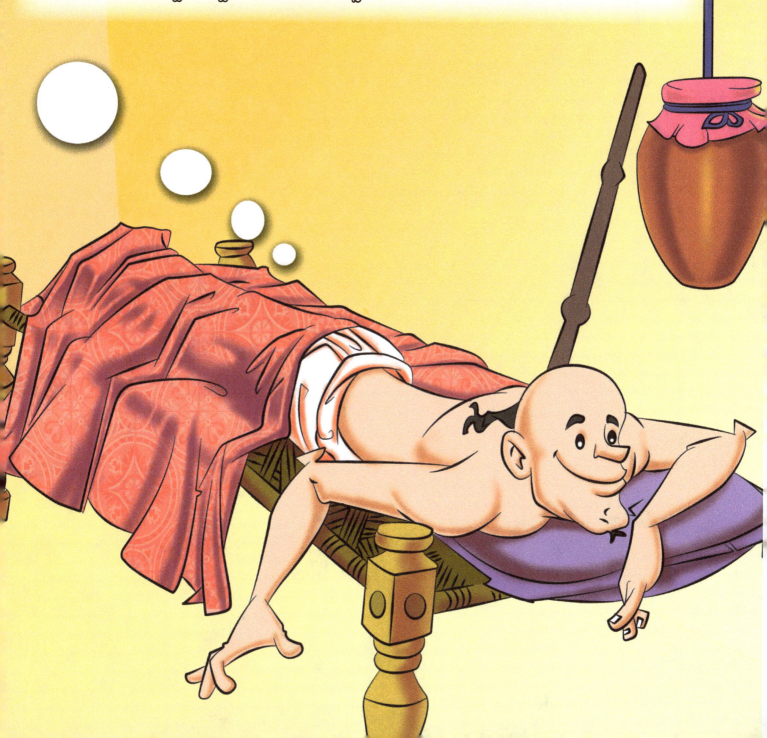

అతని ఆలోచనలు ఇలా సాగాయి, "నేను నా కోసం ఒక పెద్ద ఇల్లు కట్టుకుంటాను మరియు ఒక అందమైన స్త్రీని వివాహం చేసుకుంటాను. అప్పుడు, మాకు ఒక చిన్న కొడుకు మరియు మరొకడు మరియు ఒక కుమార్తె ఉంటుంది, నేను నా పిల్లలతో తోటలో ఆడుకుంటాను. నాకు అలసటగా అనిపించినప్పుడు, నేను నాభార్యను పిల్లలను చూసుకోమని అడుగుతాను. నేను వెళ్ళి విశ్రాంతి తీసుకుంటాను, నా భార్య ఇంటి పనుల కారణంగా బిజీగా ఉంటుంది. కాబట్టి ఆమెకు బయట వారితో ఆడుకునే సమయం ఉ ండదు. నేను విశ్రాంతి తీసుకుంటున్నప్పుడు పిల్లలు నా దగ్గరకు తిరిగి వచ్చి నన్ను డిస్టర్బ్ చేస్తారు. నాకు కోపం వస్తుంది. అందుకని కర్ర తీసుకుని వాళ్లని కొడతాను.

బ్రాహ్మణుడు కర్రను గాలిలో ఊపుతూ, పిల్లలను కొట్టినట్లు! అకస్మాత్తుగా, కర్ర తలపై వేలాడుతున్న పిండి కుండకు తగిలింది. పెద్ద శబ్దం చేస్తూ కుండ కూలింది. సోమరి బ్రాహ్మణుడు చుట్టూ చూసాడు కానీ పెద్ద ఇల్లు, అందమైన భార్య, అందమైన తోట మరియు పిల్లలు కనిపించలేదు. అతనికి కనిపించేదల్లా పగిలిన కుండ, పిండి ఇసుక నేలంతా చిందడమే!

నీతి : ప్రస్తుత క్షణం జీవితంలో అత్యంత ముఖ్యమైన క్షణం. తెలివిగా ఉపయోగించుకోండి.

సంగీత గాడిద

ఒకప్పుడు ఒక చాకలివాడికి ఒక గాడిద ఉండేది, అది చాలా బలహీనమైనది. పగటిపూట బట్టల భారం మోయాల్సి వచ్చేది. అతడికి యజమాని సరిగ్గా భోజనం పెట్టలేదు. అందుకే రాత్రి పూట దగ్గర్లోని పొలాలకు వెళ్లి పంటలు తినేవాడు.

ఒకసారి అతను ఒక నక్కను కలిశాడు. వారు మంచి స్నేహితులయ్యారు. అందరూ కలిసి ఆహారాన్ని వెతుక్కుంటూ వెళ్లేవారు. ఒక రాత్రి, వారు పండిన దోసకాయలతో నిండిన పొలాన్ని కనుగొన్నారు.

వీలయినంత తిని, రోజు అక్కడికి వెళ్లి దోసకాయలు తినాలని నిర్ణయించుకున్నారు. త్వరలో, గాడిద లావుగా మరియు ఆరోగ్యంగా మారింది.

ఒక రాత్రి భోజనం చేసిన తర్వాత గాడిద చాలా సంతోషించింది. అతను నక్కతో, "చూడు ప్రియా, ఆకాశంలో చంద్రుడు మెరుస్తున్నాడు, రాత్రి ఆహ్లాదకరంగా ఉంది మరియు నేను పాడాలని భావిస్తున్నాను."

నక్క అతనితో, "మూర్ఖుడవు, నువ్వు పాడితే, పక్కనే నిద్రిస్తున్న రైతులు మేల్కొంటారు. మమ్మల్ని కొడతారు. కానీ గాడిదకి అతని మాట వినడానికి మూడ్ లేదు. "నీకు సంగీతం మీద అభిరుచి లేదు. దా, నేను పాడతాను" అంది గాడిద. "నువ్వు పాడకుంటే బాగుంటుంది. నీ గొంతు కూడా మధురంగా లేదు" అని నక్క అతన్ని హెచ్చరించింది.

కానీ నక్క తనని చూసి అసూయ పడుతుందని గాడిద అనుకుంది. "నేను మధురంగా పాడలేనని అనుకుంటున్నావా? ఇప్పుడు నా మాట విను" అన్నాడు. అతను పాడటానికి తల పైకెత్తాడు. గాడిద పాడటం చూసి, నక్క అతనితో, "మిత్రమా, నీకు నచ్చినంత పాడవచ్చు, నేను బయట నీ కోసం వేచి ఉంటాను" అని చెప్పింది. మరియు అతను మైదానం నుండి పారిపోయాడు. పొలంలో గాడిద అరుపులు విన్న రైతులు మేల్కొని వారి చేతుల్లో కర్రలతో అక్కడికి చేరుకున్నారు.

గాడిద ప్రమాదాన్ని పసిగట్టకుండా ఆనందంగా పాడుతూ బిజీగా ఉంది, ఆగ్రహించిన రైతులు గాడిదను పట్టుకుని నిర్దాక్షిణ్యంగా కొట్టారు. ఏడుస్తూ నొప్పితో కింద పడిపోయింది గాడిద. దీంతో రైతులు అతడిని తాడుతో కట్టేసి వెళ్లిపోయారు. వారు ఉదయం తిరిగి రావాలని నిర్ణయించుకున్నారు.

ఎలాగోలా గాడిదను పొలంలోంచి బయటకు లాగి తన కోసం ఎదురుచూస్తున్న చోటికి చేరవేసారు. గాడిద తన తప్పును గ్రహించి, నక్క సలహాను విననందుకు చింతించింది.

నీతి: కొన్ని సార్లు, మీ స్నేహితుడి సలహా వినడం మంచిది.

Printed in the USA
CPSIA information can be obtained
at www.ICGtesting.com
LVHW010153041123
762971LV00057B/845

9 789357 182690